మాథ్యూస్ ఫీ

I0056895

వినూత్న రియల్ ఎస్టేట్ మ్యాచింగ్ ఐడియా: రియల్ ఎస్టేట్ ఏజెన్సీ యొక్క సాధారణ కార్యం

రియల్ ఎస్టేట్ మ్యాచింగ్: ఒక వినూత్న రియల్ ఎస్టేట్ మ్యాచింగ్ పోర్టల్ ద్వారా సమర్థవంతమైన, సామాన్యమైన మరియు ప్రొఫెషనల్ రియల్ ఎస్టేట్ బ్రోకరేజ్

ఇంప్రింట్

ముద్రణ పుస్తకంగా 1వ ఎడిషన్ | ఫిబ్రవరి 2017
(అసలు జర్మన్ లో, డిసెంబర్ 2016 లో ప్రచురించబడింది)

మాథ్యూస్ ఫీడ్లెర్
ఎరికా-వొన్-బ్రోక్డోర్ఫ్-స్ట్రీట్ 19
41352 లొకేషన్: కోర్స్చెన్బ్రోయిచ్
జర్మనీ
www.matthiasfiedler.net
సమర్పణ మరియు ప్రింటింగ్:
చివరి పేజీలో ముద్ర చూడండి

కవర్ డిజైన్: మాథ్యూస్ ఫీడ్లెర్
ఇ-పుస్తకం సృష్టి: మాథ్యూస్ ఫీడ్లెర్

ఐఎస్బిఎన్-13 (పేపర్ బ్యాక్): 978-3-947082-87-2
ఐఎస్బిఎన్ -13 (ఇ- బుక్ మోబి): 978-3-947082-88-9
ఐఎస్బిఎన్ -13 (ఇ- బుక్ ఇపబ్): 978-3-947082-89-6

విషయం

రియల్ ఎస్టేట్ మూల్యాంకన (ట్రిలియన్ల కొద్దీ యూరో టర్నోవర్ సామర్థ్యం) తో సహా ఒక రియల్ ఎస్టేట్ బ్రోకర్ సాఫ్ట్వేర్ లోకి సంకలనం చేయబడిన గణనీయమైన టర్నోవర్ సంభావ్యత (బిలియన్ల కొద్దీ యూరో) యొక్క లెక్కింపుతో - ఒక ప్రపంచవ్యాప్త రియల్ ఎస్టేట్ మ్యాచింగ్ పోర్టల్ (యాప్ (అప్లికేషన్)- అనువర్తనం) కోసం ఒక విప్లవాత్మక భావన ఈ పుస్తకంలో వివరించబడింది.

అంటే ఉపయోగించిన లేదా అద్దెకు ఇచ్చిన, నివాస గృహ మరియు వాణిజ్యపరమైన రియల్ ఎస్టేట్, సమర్ధవంతంగా మరియు ఒక సమయాన్ని ఆదాచేసే పద్ధతిలో తెలియ చేయబడవచ్చు అని అర్థం. రియల్ ఎస్టేట్ బ్రోకర్లు మరియు ఆస్తి యజమానులు అందరికీ ఇది వినూత్న మరియు ప్రొఫెషనల్ రియల్ ఎస్టేట్ ఏజెన్సీ

యొక్క భవిష్యత్తు. రియల్ ఎస్టేట్ మ్యాచింగ్ అనేది దాదాపు అన్ని దేశాలలో ఇంకా దేశాల వ్యాప్తంగా కూడా పనిచేస్తుంది.

ఆస్తులను కొనుగోలుదారు లేదా కిరాయిదారు వద్దకు „మోసుకుని" వెళ్ళడానికి బదులుగా, రియల్ ఎస్టేట్ మ్యాచింగ్ పోర్టల్ లో రియల్ ఎస్టేట్ ఆసక్తుల అర్హత ప్రకారంగా (సెర్చ్ ప్రొఫైల్), రియల్ ఎస్టేట్ బ్రోకర్ల ఆస్తులకు జోడించబడతాయి.

విషయం

ముందుమాట

2011 లో, నేను ఈ వినూత్న రియల్ ఎస్టేట్ మ్యాచింగ్ భావనని రూపుదిద్ది అభివృద్ధి చేశాను.

1998 నుంచి, నేను రియల్ ఎస్టేట్ రంగం (రియల్ ఎస్టేట్, క్రయవిక్రయాల మూల్యాంకన, భూమి అద్దెకు మరియు అభివృద్ధితో సహా) లో సక్రియంగా ఉన్నాను. నేను ఒక రియల్ ఎస్టేట్ నిపుణుడి(IHK) ని, ఒక రియల్ ఎస్టేట్ ఆర్థికవేత్త (ADI)ని మరియు స్థిరాస్తి విలువ నిర్ధారకుడు (DEKRA)ని అలాగే అంతర్జాతీయంగా గుర్తింపబడిన రియల్ ఎస్టేట్ అసోసియేషన్ అయిన రాయల్ ఇన్స్టిట్యూషన్ ఆఫ్ చార్టర్డ్ సర్వేయర్ల (MRICS) యొక్క సభ్యుడిని.

మాథ్యూస్ ఫీడ్లెర్

కోర్సచెన్బ్రోయిచ్, 31.10.2016

www.matthiasfiedler.net

1. వినూత్న రియల్ ఎస్టేట్ మ్యాచింగ్ ఐడియా: సరళీకృతం చేయబడిన రియల్ ఎస్టేట్ ఏజెన్సీ

రియల్ ఎస్టేట్ మ్యాచింగ్: ఒక వినూత్న రియల్ ఎస్టేట్ మ్యాచింగ్ పోర్టల్ ద్వారా సమర్థవంతమైన, సామాన్యమైన మరియు ప్రొఫెషనల్ రియల్ ఎస్టేట్ బ్రోకరేజ్

కొనుగోలుదారు లేదా కిరాయిదారు వద్దకు "రియల్ ఎస్టేట్" తీసుకుపోవడానికి బదులుగా, రియల్ ఎస్టేట్ మ్యాచింగ్ పోర్టల్ (యాప్-అనువర్తనం)లో మధ్యవర్తిత్వం నిర్వహించడానికి రియల్ ఎస్టేట్ ఆసక్తుల అర్హత ప్రకారంగా (సెర్చ్ ప్రొఫైల్), రియల్ ఎస్టేట్ బ్రోకర్ల ఆస్తులకు మ్యాచ్ చేయబడి జోడించబడతాయి.

2. రియల్ ఎస్టేట్ యజమానులు మరియు రియల్ ఎస్టేట్ సరఫరాదారుల లక్ష్యాలు

ఒక రియల్ ఎస్టేట్ వర్తకుని మరియు ఒక ఆస్తి యజమాని యొక్క దృష్టి కోణం నుండి, మీ ఆస్తిని త్వరగా మరియు అత్యధిక సాధ్యమైన ధరకు అమ్మడం లేదా అద్దెకు ఇవ్వడం ముఖ్యం.

ఒక కొనుగోలుదారు మరియు ఒక కాబోయే కౌలుదారు యొక్క దృష్టి కోణం నుండి, తన కోరికల ప్రకారం ఒక ఆస్తి కనుగొనడం, అలాగే కొనడం మరియు అద్దెకు ఇవ్వడం త్వరగా మరియు సులభంగా ఉండటం ముఖ్యం.

3. రియల్ ఎస్టేట్ శోధన ఫలించడం

భావి పెట్టుబడిదారులు, ఒక నియమంలాగా, ఇంటర్నెట్ మీద ఉండే పెద్ద రియల్ ఎస్టేట్ పోర్టల్ లో వారికి కావలసిన ప్రాంతంలో ఆస్తులకోసం చూస్తుంటారు. అక్కడ మీకు రియల్ ఎస్టేట్ లేదా మీరు గనక ఒక క్లుప్తంగా ఉండే శోధన వివరాలను సృష్టించి ఉంటే ఇమెయిల్ ద్వారా పంపబడే రియల్ ఎస్టేట్ కు ఒక లింకుల జాబితాగాని ఉండవచ్చు. తరచుగా ఇది 2-3 రియల్ ఎస్టేట్ పోర్టల్స్ పై చేయడం జరుగుతుంది. తదనంతరం, సరఫరాదార్లు సాధారణంగా ఇమెయిల్ ద్వారా సంప్రదించబడతారు. ఆసక్తిగల పక్షాలను సంప్రదించడానికి ప్రొవైడర్లకు ఇది అవకాశం మరియు అనుమతిని ఇస్తుంది.

అదనంగా, ఆసక్తిగల పక్షాలను కావలసిన ప్రాంతంలోని రియల్ ఎస్టేట్ ఏజెంట్లు సంప్రదించడం జరుగుతుంది మరియు శోధన ప్రొఫైల్ నిల్వ చేయబడుతుంది.

రియల్ ఎస్టేట్ పోర్టల్స్ పై ఉండే సరఫరాదార్లు ప్రైవేట్ మరియు వాణిజ్యపరమైన సరఫరాదార్లు. వాణిజ్యపరమైన సరఫరాదార్లు అనేవారు ప్రధానంగా రియల్ ఎస్టేట్ బ్రోకర్లు మరియు పాక్షిక నిర్మాణ కంపెనీలు, రియల్ ఎస్టేట్ వ్యాపారులు మరియు ఇతర రియల్ ఎస్టేట్ కంపెనీలు (టెక్స్ట లో వాణిజ్యపరమైన సరఫరాదార్లని రియల్ ఎస్టేట్ బ్రోకర్లుగా సూచించబడటం జరిగింది) అయి ఉంటాయి.

4. ప్రైవేట్ సరఫరాదారుకి అప్రయోజనం / రియల్ ఎస్టేట్ బ్రోకర్ కు ప్రయోజనం

ఒక రియల్ ఎస్టేట్ విషయంలో, ప్రైవేట్ అమ్మకాలు ఎల్లప్పుడూ వెంటనే హామీ ఇవ్వబడవు, ఉదాహరణకు, ఒక వారసత్వపు ఆస్తి విషయంలో వారసుల మధ్య ఎలాంటి ఒప్పందం లేకపోవడం లేదా వారసత్వం లోపించడం వంటివి. ఇంకా, వివరించబడని చట్టపరమైన సమస్యలు, ఇతర విషయాలతోపాటు నివాసించేందుకు హక్కు వంటివి అమ్మకాలని మరింత కష్టతరం చేయగలవు.

అద్దెకు ఇవ్వబడిన ఆస్తుల విషయంలో, ప్రైవేటు భూస్వాములు అధికారిక అధీకృతాలను పొంది ఉండకపోవచ్చు, ఉదాహరణకు ఒక వాణిజ్యపరమైన ఆస్తి (ఫ్లాట్)ని అపార్ట్మెంట్ గా అద్దెకు ఇవ్వవలసి ఉంటే.

ఒక రియల్ ఎస్టేట్ బ్రోకర్ ఒక సరఫరాదారుగా వ్యవహరించేటప్పుడు, అతను సాధారణంగా పైన పేర్కొన్న

అంశాలను స్పష్టీకరించి ఉంటాడు. అదనంగా, అన్ని ఆస్తి సంబంధిత పత్రాలు (నిర్మాణ (ఫ్లోర్) ప్రణాళిక, సైట్ ప్రణాళిక, ఎనర్జీ సర్టిఫికేషన్, భూమి నమోదు, అధికారిక దస్తావేజులు, మొదలైనవి) తరచుగా అందుబాటులో ఉంటాయి. అందువలన, ఒక విక్రయం లేదా అద్దెకు ఇవ్వడం అనేది త్వరగా మరియు సమస్యలు లేకుండా సాధ్యమవుతుంది.

5. రియల్ ఎస్టేట్ మ్యాచింగ్

భావి కొనుగోలుదారు మరియు విక్రేత లేదా భూస్వామి మధ్య త్వరగా మరియు సమర్ధవంతంగా ఒక మ్యాచింగ్ సాధించడానికి గాను, సాధారణంగా ఒక క్రమబద్ధమైన మరియు ప్రొఫెషనల్ పద్ధతి అవలంబించడం ముఖ్యమైన విషయం.

రియల్ ఎస్టేట్ బ్రోకర్లు మరియు భావి కొనుగోలుదారుల మధ్య శోధించడానికి మరియు కనుగొనడానికి ఒక విభిన్నమైన పద్ధతి లేదా ప్రక్రియ ద్వారా ఇది చేయబడుతుంది. ఇతర మాటలలో, కొనుగోలుదారు లేదా కిరాయిదారు వరకు „రియల్ ఎస్టేట్" తీసుకుపోవడానికి బదులుగా, రియల్ ఎస్టేట్ ఆసక్తులు (యాప్-అప్లికేషన్) అర్హతానుసరంగా (శోధన ప్రొఫైల్) చేయబడి రియల్ ఎస్టేట్ బ్రోకర్ల ఆస్తులకు లింక్ చేయబడతాయి."

మొదటి దశలో, భావి కొనుగోలుదారులు రియల్ ఎస్టేట్ మ్యాచింగ్ పోర్టల్ లో ఒక కాంక్రీటు శోధన ప్రొఫైల్ కోసం చూస్తున్నారు. ఈ

శోధన ప్రొఫైల్ దాదాపుగా గురించి 20 లక్షణాలు కలిగి ఉంటుంది.

శోధన ప్రొఫైల్ కు ఇతర విషయాలతో పాటుగా, క్రింది లక్షణాలు (ఒక పూర్తి జాబితా కాదు) అనేవి అత్యంత ముఖ్యమైనవి.

- ప్రాంతం / పోస్టల్ కోడ్ / నగరం

- కావలసిన వస్తువు రకం

- ఆస్తి పరిమాణం

- వాడుకోదగిన ప్రదేశం (లివింగ్ స్పేస్

- కొనుగోలు / అద్దె ధర

- నిర్మించబడిన సంవత్సరం

- అంతస్తు

- గదుల సంఖ్య

- అద్దెలు (అవును / కాదు)

- సెల్లార్ (అవును / కాదు)

- బాల్కనీ / డాబా (అవును / కాదు)

- వేడెక్కే రకం

- పార్కింగ్ స్పేస్ (అవును / కాదు)

ఈ సందర్భంలో, స్వేచ్ఛగా లక్షణాలను ఎంటర్ చేయకుండా, ముందుగా నిర్వచించబడిన అవకాశాలు/ఎంపికలు (ఉదాహరణకు, వస్తువు రకం కోసం అపార్ట్మెంట్, కుటుంబ నివాసం, గిడ్డంగి, కార్యాలయం ...) గల ఒక జాబితా నుండి సంబంధిత లక్షణ క్షేత్రాన్ని (ఉదాహరణకు, వస్తువు రకం) క్లిక్ చేయడం లేదా తెరవడం ద్వారా ఎంచుకోవడం ముఖ్యం.

ఆసక్తి గల పార్టీల ద్వారా, ఐచ్ఛికంగా, మరిన్ని శోధన ప్రొఫైల్స్ రూపొందించబడవచ్చు. శోధన ప్రొఫైల్ మార్పు చేసుకోవడానికి కూడా అవకాశం ఉంటుంది.

అదనంగా, ఇవ్వబడిన ఖాళీలలో ఆసక్తిగల పార్టీల ద్వారా పూర్తి సంప్రదింపు వివరాలు నమోదు చేయబడతాయి. ఇవి ఏమిటంటే

పేరు, మొదటి పేరు, వీధి, ఇంటి నంబర్, పోస్టల్ కోడ్, పట్టణం, టెలిఫోన్ మరియు ఇమెయిల్.

ఈ సందర్భంలో, రియల్ ఎస్టేట్ బ్రోకర్లు వారిని సంప్రదించేందుకు మరియు తగిన ఆస్తులు (ఎక్స్పోజీలు) పంపంచేందుకు ఆసక్తిగల పార్టీలు తమ అనుమతిని తెలియజేస్తాయి.

అదనంగా, భావి కస్టమర్లు రియల్ ఎస్టేట్ మ్యాచింగ్ పోర్టల్ యొక్క ఆపరేటర్లతో ఒక ఒప్పందంలోకి ప్రవేశిస్తారు.

తర్వాతి దశలో, - జర్మనీలోని „బహిరంగ" ప్రోగ్రామింగ్ ఇంటర్ఫేస్ తో పోల్చదగిన విధంగా – కనెక్ట్ చేయబడి ఉన్న రియల్ ఎస్టేట్ బ్రోకర్లు, ఇప్పటికీ కనిపించకుండా - ఒక అప్లికేషన్ ప్రోగ్రామింగ్ ఇంటర్ఫేస్ (API) ద్వారా శోధన ప్రొఫైల్స్ అందుబాటులో ఉంటాయి. అమలుచేయడానికి దాదాపు కీలకమైన -ఈ ప్రోగ్రామింగ్ ఇంటర్ఫేస్ - ఆచరణలో దాదాపు ప్రతి ఒక్క రియల్ ఎస్టేట్ బ్రోకర్ యొక్క సాఫ్ట్వేర్ కు మద్దతునివ్వాలి లేదా ప్రసారణ నిర్ధారించాలి అనే

విషయం గమనించవలసి ఉంటుంది. లేకపోతే, ఇది సాంకేతికంగా సాధ్యమై ఉండాలి. పైన పేర్కొన్న ప్రోగ్రామింగ్ ఇంటర్ఫేస్ "openimmo"(ఓపెన్నిమ్మో) మరియు ఇతర ప్రోగ్రామింగ్ ఇంటర్ఫేస్ లు వంటి ప్రోగ్రామింగ్ ఇంటర్ఫేస్ లు ఇప్పటికే ఉపయోగించబడుతూ ఉండటంతో శోధన ప్రొఫైల్స్ యొక్క ప్రసారం సాధ్యమవుతూ ఉండి ఉండాలి.

ఇప్పుడు శోధన ప్రొఫైల్స్ తో రియల్ ఎస్టేట్ బ్రోకర్లు వారి రియల్ ఎస్టేట్ ని పోల్చుకుంటారు. ఈ ప్రయోజనం కోసం, రియల్ ఎస్టేట్ మ్యాచింగ్ పోర్టల్ లో ఆస్తులు ఏకీకృతం చేయబడ్డాయి మరియు సంబంధిత లక్షణాలు మ్యాచ్ చేయబడి లింక్ చేయబడతాయి.

ఒకసారి మ్యాచింగ్ చేయబడితే, ఒక సంబంధిత శాతంతో ఒక మ్యాచింగ్ ఇవ్వబడుతుంది. ఉదాహరణకు ఒక 50% మ్యాచింగ్ నుండి, రియల్ ఎస్టేట్ బ్రోకర్ సాఫ్ట్వేర్లో శోధన ప్రొఫైల్స్ ప్రదర్శించబడతాయి.

లక్షణాలను మ్యాచ్ చేసిన తరువాత, మ్యాచింగ్ (మ్యాచ్ సంభావ్యత)కు ఫలితంగా ఒక శాతం వచ్చేట్లుగా విడివిడిగా ఉండే లక్షణాలు, ఒకదానికి ప్రతిగా మరొక దాని ప్రాధాన్యత తూచబడుతుంది (పాయింట్ వ్యవస్థ). ఉదాహరణకు, „వస్తువు రకం" అనే లక్షణానికి „నివసించడానికి చోటు" లక్షణం కంటే ఎక్కువ ప్రాధాన్యత ఇవ్వబడుతుంది. అదనంగా, ఈ ఆస్తికి తప్పక ఉండవలసిన కొన్ని లక్షణాలు (ఉదా, బేస్మెంట్) ఎంచుకోబడవచ్చు. మ్యాచింగ్ కోసం లక్షణాలను మ్యాచ్ చేసే క్రమంలో, రియల్ ఎస్టేట్ బ్రోకర్లకు వారికి కావలసిన (బుక్ చేసుకున్న) ప్రాంతాలకు మాత్రమే ప్రాప్యత ఇవ్వడానికి జాగ్రత్త వహించాలి. డేటా మ్యాచింగ్ కు అవసరమ్యే శ్రమని ఇది తగ్గిస్తుంది. విశేషించి ఆయా రియల్ ఎస్టేట్ బ్రోకర్లు చాలా తరచుగా ప్రాంతానికి చెందిన వారై ఉన్నందున. సదరు „క్లౌడ్" అనేది ఈ నాడు పెద్ద మొత్తంలో డేటా నిల్వ మరియు ప్రాసెస్ సాధ్యం చేస్తుందనే విషయం గమనించాలి.

ఒక ప్రొఫెషనల్ రియల్ ఎస్టేట్ బ్రోకరేజ్ నిర్ధారించడానికి, నిజమైన రియల్ ఎస్టేట్ బ్రోకర్లు మాత్రమే శోధన ప్రొఫైల్స్ ను ప్రాప్తించుకోగలిగి ఉంటారు.

ఈ క్రమంలో, రియల్ ఎస్టేట్ బ్రోకర్లు రియల్ ఎస్టేట్ మ్యాచింగ్ పోర్టల్ ఆపరేటర్లతో ఒక ఒప్పందం చేసుకుంటారు.

సంబంధిత మ్యాచింగ్ / మ్యాచింగ్ తరువాత, రియల్ ఎస్టేట్ బ్రోకర్లు భావి కొనుగోలుదారులను సంప్రదించవచ్చు మరియు, దానికి విపరీతంగా, భావి పెట్టుబడిదారులు రియల్ ఎస్టేట్ బ్రోకర్లని సంప్రదిస్తారు. రియల్ ఎస్టేట్ బ్రోకర్లు భావి కొనుగోలుదారులకు ఒక ఆసక్తిని గనక పంపి ఉంటే,   విక్రయం లేదా అద్దెకు ఇవ్వడం విషయంలో వారి బ్రోకరేజ్ కమిషన్ పై కార్యకలాపం యొక్క రుజువు లేదా రియల్ ఎస్టేట్ బ్రోకర్ల యొక్క క్లెయిమ్ పత్రబద్ధం చేయబడుతుంది.

యజమాని (విక్రేత లేదా భూస్వామి) ద్వారా రియల్ ఎస్టేట్ బ్రోకర్ ఆస్తిని ఏర్పాటు చేసేందుకు అధీకృతం లేదా ఆస్తిని అందించేందుకు అనుమతి కలిగి ఉన్నారని ఇది ముందుగానే సూచిస్తుంది.

6. వర్తించే ప్రాంతాలు

ఇక్కడ వివరించబడిన రియల్ ఎస్టేట్ మ్యాచింగ్ అనేది నివాస మరియు వాణిజ్యపరమైన రియల్ ఎస్టేట్ రంగంలో కొనుగోలు మరియు అద్దెకు గల ఆస్తులకు వర్తిస్తుంది. వాణిజ్య ఆస్తుల కోసం అదనపు రియల్ ఎస్టేట్ లక్షణాలు అవసరం.

భావి కస్టమర్ల పక్షాన, ఆచరణలో సాధారణంగా ఉన్నట్లుగా, ఉదాహరణకు ఒక రియల్ ఎస్టేట్ బ్రోకర్, క్లయింట్ల తరపున ఉండవచ్చు.

ప్రాదేశికంగా, రియల్ ఎస్టేట్ మ్యాచింగ్ పోర్టల్ అనేది దాదాపుగా ప్రతి దేశానికి బదిలీ చేయబడవచ్చు.

7. ప్రయోజనాలు

ఈ ఆస్తిని మ్యాచ్ చేయడం అనేది భావి కొనుగోలుదారులకు, ఉదాహరణకు వారు వారి ప్రాంతం (నివాస ప్రదేశం) లో లేదా ఉద్యోగ మార్పుతో మరొక నగరం/ప్రాంతంలో ఒక ఆస్తి కోసం చూస్తున్నట్లయితే, గొప్ప ప్రయోజనాలను చేకూర్చుతుంది.

మీరు కేవలం ఒకేసారి మీ శోధన ప్రొఫైల్ సమర్పిస్తారు మరియు మీకు కావలసిన ప్రాంతంలో పనిచేసే రియల్ ఎస్టేట్ ఏజెంట్ల నుండి సరైన వివరాలు అందుకుంటారు.

రియల్ ఎస్టేట్ బ్రోకర్ల కోసం, విక్రయం లేదా అద్దె కోసం పనుల్లో ఇది సామర్థ్యం మరియు సమయం ఆదాచేసే పరంగా గొప్ప ప్రయోజనాలు అందిస్తుంది.

వారు అందించే సంబంధిత ఆస్తుల కోసం కాంక్రీటు అవకాశాల సంభావ్యత యొక్క అవలోకనాన్ని మీరు వెంటనే పొందుతారు.

ఇంకా, రియల్ ఎస్టేట్ బ్రోకర్లు, ఒక శోధన ప్రొఫైల్ సృష్టించడం (రియల్ ఎస్టేట్ పంపడంతో సహా) ద్వారా వారు కలలు కంటున్న ఆస్తి గురించి కాంక్రీటు ఆలోచనలు చేసిన వారి సంబంధిత లక్ష్యం సమూహాన్ని నేరుగా సంప్రదించవచ్చు.

వారు దేనికోసం వెతుకుతున్నారో వారికి తెలిసిఉన్న వారు ఉండటంతో ఇది సంప్రదింపు రికార్డింగుల నాణ్యతను పెంచుతుంది. క్రింది తనిఖీ తేదీల సంఖ్యను ఇది తగ్గిస్తుంది. రియల్ ఎస్టేట్ దళారీ చేయబడటానికి పట్టే మొత్తం మార్కెటింగ్ కాలాన్ని ఇది తగ్గిస్తుంది. రియల్ ఎస్టేట్ తనిఖీ తరువాత ఆసక్తిగల పార్టీల ద్వారా మధ్యవర్తిత్వం చేయబడడానికి - సాధారణంగా - ఒక కొనుగోలు లేదా అద్దె ఒప్పందం పూర్తి చేయడం జరుగుతుంది.

8. నమూనా గణన (సంభావ్య) - స్వయం ఉపాధి అపార్ట్మెంట్లు మరియు ఇళ్లు మాత్రమే (అద్దెకు అపార్టుమెంట్లు మరియు ఇళ్ళు అలాగే వాణిజ్యపరమైన ఆస్తులు లేకుండా)

రియల్ ఎస్టేట్ మ్యాచింగ్ పోర్టల్ యొక్క సామర్థ్యాన్ని కింది ఉదాహరణ చూపిస్తుంది.

మోంచెన్గ్లాడ్బాక్ వంటి నగరంలో 250,000 నివాసులు కలిగి ఉన్న క్యాచ్మెంట్ (నదీ పరివాహక ప్రాంతం)లో, గణాంకపరంగా సుమారుగా 125,000 కుటుంబాలు (ప్రతి గృహానికి 2 సభ్యులు) ఉన్నాయి. సగటు పునఃస్థాపన రేటు సుమారుహాస 10% గా ఉంది. ఆ విధంగా, సంవత్సరానికి 12,500 గృహసభ్యులు తరలి వెళ్తారు. మోంచెన్గ్లాడ్బాక్ కు మరియు నుండి తరలడం కోసం బ్యాలెన్స్ పరిగణనలోకి తీసుకోబడలేదు.- సుమారుగా 10,000 గృహాలు

(80%) ఒక అద్దె ఆస్తి కోసం చూస్తున్నాయి మరియు దాదాపుగా 2,500 కుటుంబాలు (20%) కొనుగోలు ఆస్తి కోసం చూస్తున్నాయి. మోంచెన్గ్లాడ్బాక్ పట్టణపు నిపుణుల కమిటీ యొక్క భూమి మార్కెట్ నివేదిక ప్రకారం, 2012 లో 2,613 ఆస్తి కొనుగోళ్లు ఉన్నాయి. ఇది పైన చూపిన 2,500 మంది కొనుగోలుదారుల సంఖ్యని ధృవీకరిస్తుంది. ప్రతివారూ వారి ఆస్తిని కనుగొనరు కాబట్టి ఇంకా ఎక్కువమంది ఉంటారు. సగటు పునస్థాపన రేటు అయిన సుమారు 10%, అంటే 25,000 శోధన ప్రొఫైల్స్ కంటే వాస్తవంగా సంభావ్య కొనుగోలుదారుల సంఖ్య లేదా శోధన ప్రొఫైల్స్ సంఖ్య రెట్టింపు ఉంటుందని అంచనా వేయబడుతోంది. ఇందులో, ఇతర విషయాలతోపాటు, రియల్ ఎస్టేట్ మ్యాచింగ్ పోర్టల్ లో సంభావ్య కస్టమర్లు అనేక శోధన ప్రొఫైల్స్ చేస్తారనే విషయం ఇమిడి ఉంటుంది.

అనుభవం ప్రకారంగా, కొనుగోలుదారు (కొనుగోలుదారులు మరియు కిరాయిదారులు) ల్లో దాదాపు సగం మంది, అందువలన

మొత్తం 6,250 గృహాలు, వారి ఆస్తిని ఒక రియల్ ఎస్టేట్ బ్రోకర్ ద్వారా కనుగొన్నారనే విషయం పేర్కొనదగినది.

అన్ని గృహాలలో నుంచి కనీసం 70%, ఆ విధంగా మొత్తం 8,750 గృహాలు (మొత్తం 17,500 శోధన ప్రొఫైల్స్ కు సంబంధించి), ఇంటర్నెట్ పై రియల్ ఎస్టేట్ పోర్టల్ కోసం చూసారు.

ఆసక్తిగల పార్టీలన్నింటికి 30%, అనగా మోంచెన్గ్లాడ్బాక్ వంటి నగరంలో 3,750 గృహాలు (7,500 శోధన ప్రొఫైల్స్ కు సమానం) రియల్ ఎస్టేట్ మ్యాచింగ్ పోర్టల్ (యాప్ అప్లికేషన్) కోసం వారి శోధన ప్రొఫైల్ 1,500 కాంక్రీటు శోధన ప్రొఫైల్స్ (20%) సృష్టిస్తుంది. 6,000 కాంక్రీట్ శోధన ప్రొఫైల్స్ (80%) ద్వారా భావి కిరాయిదారులు వారికి అనుగుణమైన రియల్ ఎస్టేట్ అందిస్తారు.

అంటే 250,000 మంది నివాసులుగల ఒక నగరంలో ఒక 10 నెలల సగటు శోధన వ్యవధితో మరియు నెలకు 50 € ఒక ఉదాహరణాత్మక ధరతో సంభావ్య కస్టమర్ల ద్వారా సృష్టించబడిన

ప్రతి శోధన ప్రొఫైల్ కోసం, 7,500 శోధన ప్రొఫైల్స్ కు అమ్మకాల సంభావ్యత సంవత్సరానికి 3,750,000 € అందిస్తుందని అర్థం.

ఒక సుమారుగా 80,000,000 (80 మిలియన్లు) నివాసులుగల జర్మనీ గణతంత్ర సమాఖ్యకు లెక్కతో, ఇది సంవత్సరానికి € 1,200,000,000 (1.2 బిలియన్ €) అమ్మకాల సంభావ్యతగా ఫలిస్తుంది. - ఆసక్తిగల అందరు పార్టీల్లో నుంచి 30%కు బదలుగా, భావి కస్టమర్లందరిలోకి 40% రియల్ ఎస్టేట్ మ్యాచింగ్ పోర్టల్ ద్వారా వారి ఆస్తుల కోసం చూసుకుంటున్నట్లయితే అమ్మకాల సంభావ్యత సంవత్సరానికి 1,600,000,000 € (1.6 బిలియన్ €) కు పెరుగుతుంది.

ఈ టర్నోవర్ సంభావ్యత స్వయం ఉపాధి అపార్ట్మెంట్లు మరియు ఇళ్లను మాత్రమే సూచిస్తుంది. నివాస రియల్ ఎస్టేట్ రంగం మరియు వాణిజ్య రియల్ ఎస్టేట్ మొత్తం రంగంలో అద్దె మరియు /లేదా రాబడినిచ్చే ఆస్తులు ఈ సంభావ్య గణనలో చేర్చబడలేదు.

జర్మనీలో రియల్ ఎస్టేట్ బ్రోకరేజ్ రంగంలో సుమారు సుమారుగా 50,000 కంపెనీలున్న (పూని నిర్మాణం చేసే సంస్థలు, రియల్ ఎస్టేట్ వ్యాపారులు మరియు ఇతర రియల్ ఎస్టేట్ కంపెనీలతో సహా) పక్షంలో, సుమారుగా 200,000 మంది ఉద్యోగులతో మరియు సగటున 2 లైసెన్సులతో ఈ రియల్ ఎస్టేట్ మ్యాచింగ్ పోర్టల్ ఉపయోగిస్తున్న 50,000 కంపెనీల యొక్క 20% ఉదాహరణాత్మక భాగంతో, ప్రతి నెలకు ప్రతి లైసెన్సుకు 300 € ఒక ఉదాహరణాత్మక ధరకు సంవత్సరానికి ఒక 72,000,000 € (72 మిలియన్ €) టర్నోవర్ సంభావ్యత ఉంటుంది. అదనంగా, డిజైన్ ని బట్టి, గణనీయమైన అదనపు ఆదాయ సంభావ్యత ఇక్కడ ఉత్పత్తి చేయబడే విధంగా శోధన ప్రొఫైల్స్ కోసం ఒక ప్రాంతీయ బుకింగ్ చేయడం జరగాలి.

నిర్దిష్ట శోధన ప్రొఫైళ్ళతో ఆసక్తిగల పార్టీలు ఉండే ఈ గొప్ప సంభావ్యత ద్వారా -రియల్ ఎస్టేట్ బ్రోకర్లు, వారి ఆసక్తిగల స్వంత డేటాబేస్-అది

గనక ఉనికిలో ఉంటే -- అప్డేట్ చేసుకోవలసిన అవసరం ఉండదు. ముఖ్యంగా ఈ ప్రస్తుత శోధన ప్రొఫైల్స్ సంఖ్య, వారి డేటాబేస్ లో అనేకమంది రియల్ ఎస్టేట్ బ్రోకర్ల ద్వారా రూపొందించబడిన శోధన ప్రొఫైల్స్ సంఖ్యని అధిగమించే అవకాశాలు ఉన్నందువలన.

ఈ వినూత్న రియల్ ఎస్టేట్ మ్యాచింగ్ పోర్టల్ అనేక దేశాల్లో గనక ఉపయోగించవలసి ఉంటే, ఉదాహరణకు, జర్మనీ నుండి భావి కొనుగోలుదారులు మాజోర్కా యొక్క మధ్యధరా ద్వీపం (స్పెయిన్) లో సెలవు అపార్ట్మెంట్ల కోసం ఒక శోధన ప్రొఫైల్ సృష్టించవచ్చు మరియు మజోర్కాకు సంబంధించిన రియల్ ఎస్టేట్ ఎజెంట్లు వారి భావి జర్మన్ కస్టమర్లకు తగిన అపార్ట్మెంట్ పరిచయం చేయవచ్చు. ఒకవేళ అనువదించబడిన ఎక్స్పోజీలు గనక స్పానిష్ లో వ్రాయబడి ఉంటే, ఈ రోజుల్లో, ఇంటర్నెట్లో ఆసక్తి కలవారు అనువాద కార్యక్రమాల సహాయంతో ఆ టెక్స్ట ని జర్మన్ భాషలోకి అనువదించవచ్చు.

శోధన ప్రొఫైళ్ళు మరియు మధ్యవర్తిత్వం చేయబడవలసిన రియల్ ఎస్టేట్ ని మ్యాచ్ చేయడానికి, ప్రోగ్రాం చేయబడిన (గణితపరంగా) లక్షణాల ఆధారంగా మ్యాచింగ్ లక్షణాలను- భాషకు సంబంధం లేకుండా - రియల్ ఎస్టేట్ మ్యాచింగ్ పోర్టల్ లోపల మ్యాచ్ చేయవచ్చు.

అన్ని ఖండాల్లోనూ రియల్ ఎస్టేట్ మ్యాచింగ్ పోర్టల్ ఉపయోగించేటప్పుడు, ఒక చాలా సరళీకృత లెక్కింపు ద్వారా పైన చెప్పబడిన అమ్మకాల సంభావ్యత (వెతుకుతున్నవారు మాత్రమే) క్రింది విధంగా చూపబడుతుంది.

ప్రపంచ జనాభా:

7,500,000,000 (7.5 బిలియన్) నివాసులు

1. పారిశ్రామిక దేశాలలో మరియు, అత్యంత విస్తృతంగా పారిశ్రామిక దేశాలలో జనాభా:

2,000,000,000 (2.0 బిలియన్) నివాసులు

2. వికసిస్తున్న (ఎమర్జింగ్) మార్కెట్లలో జనాభా:

4,000,000,000 (4.0 బిలియన్) నివాసులు

3. అభివృద్ధి చెందుతున్న దేశాలలో జనాభా:

1,500,000,000 (1.5 బిలియన్) నివాసులు

80 మిలియన్ల నివాసులతో 1.2 బిలియన్ € మొత్తంలో జర్మనీ గణతంత్ర సమాఖ్య యొక్క వార్షిక టర్నోవర్ సామర్థ్యం అనేది క్రింది

కారణాల ద్వారా పారిశ్రామిక, ప్రారంభ మరియు అభివృద్ధి చెందుతున్న దేశాలకు మార్చబడుతుంది.

1. పారిశ్రామిక దేశాలు: 1.0

2. వికసిస్తున్న (ఎమర్జింగ్) మార్కెట్ దేశాలు: 0,4

3. అభివృద్ధి చెందుతున్న దేశాలు: 0,1

ఇది ఈ క్రింది వార్షిక టర్నోవర్ సామర్థ్యం (1.2 బిలియన్ € x జనాభా (పారిశ్రామీకరణ చెందిన, వికసిస్తున్న లేదా అభివృద్ధి చెందుతున) / 80 మిలియన్ నివాసులు X ఫాక్టర్)గా పరిణమిస్తుంది.

1. పారిశ్రామిక దేశాలు: 30.00 బిలియన్ €

2. వికసిస్తున్న (ఎమర్జింగ్) మార్కెట్ దేశాలు: 24.00 బిలియన్ €

3. అభివృద్ధి చెందుతున్న దేశాలు: 2.25 బిలియన్ల €

మొత్తం: 56.25 బిలియస్ €

9. ముగింపు

ఈ రియల్ ఎస్టేట్ మ్యాచింగ్ పోర్టల్ అనేది ఆస్తి యజమానులకు (భావి కొనుగోలుదారులు) మరియు రియల్ ఎస్టేట్ బ్రోకర్లకు గణనీయమైన ప్రయోజనాలను అందిస్తుంది.

1. భావి కస్టమర్లు ఒకసారి మాత్రమే వారి శోధన ప్రొఫైల్ సృష్టించుకుంటారు కాబట్టి, తగిన ఆస్తుల శోధనకు పట్టే సమయాన్ని భావి కస్టమర్లు గణనీయంగా తగ్గించుకుంటారు.

2. ఇప్పటికే కాంక్రీటు కోరికలు (సెర్చ్ ప్రొఫైల్) గల సంభావ్య కస్టమర్ల మొత్తం సంఖ్య గురించి రియల్ ఎస్టేట్ బ్రోకర్లు ఒక మొత్తం మీది అంచనా పొందుతారు.

3. ఆసక్తిగల పార్టీలు రియల్ ఎస్టేట్ బ్రోకర్లు (ఆటోమేటిక్ పూర్వ-ఎంపిక) అందరి ద్వారా సమర్పించబడిన కావలసిన లేదా తగిన రియల్ ఎస్టేట్ (సెర్చ్ ప్రొఫైల్ ప్రకారం) మాత్రమే అందుకుంటారు.

4. అత్యధిక సంఖ్యలో ప్రస్తుత శోధన ప్రొఫైల్స్, శాశ్వతంగా అందుబాటులో ఉండటంతో, శోధన ప్రొఫైల్స్ కోసం వారి స్వంత డేటాబేస్ నిర్వహించేందుకు చేసే కృషిని రియల్ ఎస్టేట్ బ్రోకర్లు తగ్గించుకుంటారు.

5. వాణిజ్యపరమైన/రియల్ ఎస్టేట్ బ్రోకర్లు మాత్రమే రియల్ ఎస్టేట్ మ్యాచింగ్ పోర్టల్ కు కనెక్ట్ అయి ఉన్నందువల్ల, భావి కొనుగోలుదారులు ప్రొఫెషనల్ మరియు తరచుగా అనుభవంగల రియల్ ఎస్టేట్ బ్రోకర్లతో వ్యవహరించవలసి వస్తుంది.

6. రియల్ ఎస్టేట్ బ్రోకర్లు సందర్శనల సంఖ్యని మరియు మొత్తం మార్కెటింగ్ సమయాన్ని తగ్గించుకుంటారు.

అందుకు ఫలితంగా, సందర్శన తేదీల సంఖ్య మరియు కొనుగోలు లేదా అద్దె ఒప్పందం ముగింపువరకూ పట్టే సమయం తగ్గుతుంది.

7. అమ్మవలసిన మరియు అద్దెకు ఇవ్వవలసిన ఆస్తుల యజమానులకు కూడా సమయం ఆదా అవుతుంది. ఇంకా, వేగవంతమైన లీజు లేదా అమ్మకం ద్వారా కొనుగోలు చేయబడిన ఆస్తుల విషయంలో అద్దె ఆస్తులు ఖాళీగా ఉండటం రేటు తక్కువగా ఉండటం మరియు ఒక ముందస్తుగా కొనుగోలు ధర చెల్లింపు, ఆ విధంగా కూడా ఒక ఆర్థిక ప్రయోజనమే.

ఈ రియల్ ఎస్టేట్ మ్యాచింగ్ ఆలోచన నెరవేరడం లేదా అమలుపరచడంతో, రియల్ ఎస్టేట్ మధ్యవర్తిత్వంలో ఒక గణనీయమైన అభివృద్ధి సాధించవచ్చు.

10. రియల్ ఎస్టేట్ మూల్యాంకనతో సహా ఒక సరికొత్త రియల్ ఎస్టేట్ బ్రోకర్ సాఫ్ట్వేర్ లో రియల్ ఎస్టేట్ మ్యాచింగ్ పోర్టల్ విలీనం

ఒక ముగింపుగా, ఇక్కడ వివరించిన రియల్ ఎస్టేట్ మ్యాచింగ్ పోర్టల్ అనేది ఒక కొత్త – సాధారణంగా ప్రపంచం-వినియోగించుకోగల- రియల్ ఎస్టేట్ బ్రోకర్ సాఫ్ట్వేర్ యొక్క ముఖ్య భాగమై ఉండాలి. అంటే రియల్ ఎస్టేట్ బ్రోకర్లు వారి ఉపయోగించిన రియల్ ఎస్టేట్ బ్రోకర్ సాఫ్ట్వేర్ కు అదనంగా రియల్ ఎస్టేట్ మ్యాచింగ్ పోర్టల్ లేదా రియల్ ఎస్టేట్ మ్యాచింగ్ పోర్టల్ తో సహా కొత్త రియల్ ఎస్టేట్ బ్రోకర్ సాఫ్ట్ వేర్ గాని ఉపయోగించుకోవచ్చు అని అర్థం.

ఈ సమర్థవంతమైన మరియు వినూత్నత రియల్ ఎస్టేట్ మ్యాచింగ్ పోర్టల్ ని స్వంత రియల్ ఎస్టేట్ బ్రోకర్ సాఫ్ట్ వేర్ లోకి సమగ్రపరచడం ద్వారా, రియల్ ఎస్టేట్ బ్రోకర్ సాఫ్ట్వేర్ లో మార్కెట్ ప్రవేశానికి

అత్యంత అవసరమయ్యే ఒక ప్రాథమిక వాస్తవ-సమయం ఫీచర్ సృష్టించబడుతుంది.

ఆస్తి మూల్యాంకన అనేది ఎల్లప్పుడూ రియల్ ఎస్టేట్ నిర్వహణ యొక్క ఒక ముఖ్యమైన భాగంగా ఉంది కనుక, రియల్ ఎస్టేట్ బ్రోకర్ సాఫ్ట్‌వేర్ లో ఒక రియల్ ఎస్టేట్ మూల్యాంకన సాధనం చేర్చబడి ఉండాలి. లింకుల ద్వారా రియల్ ఎస్టేట్ బ్రోకర్ల యొక్క ఎంటర్ చేయబడిన/ సృష్టించబడిన ఆస్తుల నుంచి సంబంధిత డేటా/పారామితులకు సంబంధిత కంప్యూటర్ ప్రోగ్రాములతో రియల్ ఎస్టేట్ మూల్యాంకన ప్రాప్యత పొందగలదు. అవసరమైతే, రియల్ ఎస్టేట్ బ్రోకర్, తన స్వంత ప్రాంతీయ మార్కెట్ పారదర్శకత ద్వారా, తన లోపించిన ప్రాంతీయ పారామితులను పరిపూరకం చేస్తారు.

అదనంగా, రియల్ ఎస్టేట్ బ్రోకర్ సాఫ్ట్‌వేర్ అనేది బ్రోకర్ చేయబడవలసిన ఆస్తుల యొక్క వాస్తవిక రియల్ ఎస్టేట్ రౌండ్లు అని పిలవబడేవాటిని విలీనం చేయగలిగి ఉండాలి. ఉదాహరణకు, ఇది ఒక సరళమైన రీతిలో అమలు చేయబడవచ్చు, ఇందులో

మొబైల్ టెలిఫోన్ మరియు/లేదా టాబ్లెట్ కోసం ఒక అదనపు అనువర్తనం (అప్లికేషన్) అభివృద్ధి చేయబడుతుంది, ఇది వాస్తవిక రియల్ ఎస్టేట్ రౌండ్ ట్రిప్ విలీనం చేయబడిన తర్వాత, విలీనం చేయబడుతుంది లేదా రియల్ ఎస్టేట్ బ్రోకర్ సాఫ్ట్‌వేర్ లోకి విలీనం చేయబడుతుంది.

సమర్థవంతమైన మరియు వినూత్న రియల్ ఎస్టేట్ మ్యాచింగ్ పోర్టల్ ఒక కొత్త రియల్ ఎస్టేట్ బ్రోకర్ సాఫ్ట్వేర్ మరియు రియల్ ఎస్టేట్ మూల్యాంకనంలోకి విలీనం చేయబడటంతో సంభావ్య అమ్మకాల సామర్థ్యం మరోసారి గణనీయంగా పెరిగింది.

మాథ్యూస్ ఫీడ్లెర్

కోర్స్చెన్బ్రోయిచ్, 31.10.2016

మాథ్యూస్ ఫీడ్లెర్

ఎరికా-వాన్-బ్రోక్డోర్ఫ్ఫ్ స్ట్రీట్ 19

41352 కోర్స్చెన్బ్రోయిచ్,

జర్మనీ

www.matthiasfiedler.net

www.ingramcontent.com/pod-product-compliance
Lightning Source LLC
Chambersburg PA
CBHW061051220326
41597CB00018BA/2878